સંગીત

મિહિર જાગૃતિ વોરા

Made with ♥ on the Notion Press Platform
www.notionpress.com

આ પુસ્તક હું મારા માતા પિતા , મોટા ભાઈ ભાભી અને નાની પ્રિય ભત્રીજી ને અર્પણ કરું છું .

સામગ્રી

પ્રસ્તાવના

આ પુસ્તક માં મારા આજકાલ દૈનિક માં આવેલા મારી કોલમ એક નઝર ના લેખ છે .૨૦૦૫ થી ૨૦૧૮ સુધી મારા લેખ આ કોલમ માં આવ્યા હતા.

સ્વીકૃતિઓ

આ પુસ્તક માં મારા આજકાલ દૈનિક માં આવેલા મારી કોલમ એક નજર ના લેખ છે આ માટે હું આજકાલ દૈનિક ના મેનેજમેન્ટ , તંત્રી , ટ્રસ્ટી અને તમામ પત્રકાર અને સ્ટાફ નો આભાર માનું છું . ૨૦૦૫ થી ૨૦૧૮ સુધી મારા લેખ આ કોલમ માં આવ્યા હતા.

આ પુસ્તક માટે માં વિવિધ લેખ આધારિત માહિતી વિકિપીડિયા , લેખ ને લાગતા આવેલા વિવિધ અખબારી અહેવાલ અને જે તે લેખક ના લેખ ના સંદર્ભો નો સહારો લીધો છે તે સૌ નો હું આભાર માનું છું

અનુક્રમણિકા

- સંગીત

અનુક્રમણિકા

1
સંગીત

મિત્રો આ પુસ્તક માં મેં બ્લોગ , વેબસાઈટ, ઈન્ટરનેટ અને વિકિપીડિયા ,ગુજરાતી વિશ્વ કોષ, વિવિધ અખબારી અહેવાલ માંથી સંગીત વિષય ઉપર માત્ર માહિતી આપી છે .

આમાં એક પણ શબ્દ મારો નથી જેની નોંધ લેજો , આ માહિતી સાચી છે કે ખોટી તેની તપાસ કરજો અને પછીજ વાસ્વિકતા સ્વીકારજો

.

આ તો માત્ર ઈન્ટરનેટ દુનિયામાંથી સીધી લીધેલી માહિતી છે જે સાચી કે ખોટી છે તેનું કોઈ પણ જાતનું સમર્થન આ પુસ્તક કે લેખક કરતા નથી જેની નોંધ લેજો. .

શ્રી વિવેક મોહન નામના રુપાંતરકારે ભર્તૃહરિ શતક નામના પુસ્તકમાં સંગીત વિશે નીચે મુજબ વર્ણવ્યું છે.

સાહતિય સંગીત કલા વહિનિ: |

સાક્ષાત્ પશુ પુચ્છ વષિણ હનિ: |

અર્થાત – સાહિત્ય,સંગીત અને કલા વગરની વ્યક્તિ શીંગડા,પૂંછડા વગરના પશુ સમાન છે.

સંગીતનું મહત્વ લલિતકલાઓમાં ઉચ્ચ સ્થાને રહ્યું છે. સંગીતકલા વેદમાં સ્થાન પામેલ છે. સામવેદ સંગીત પ્રધાન વેદ છે. એટલે સંગીત એ ભગવાનનું જ એક સ્વરૂપ ગણી શકાય.

આપણા દેવ-દેવીઓ સંગીતકલામાં નિપુણ હતાં. દેવી સરસ્વતી અને નારદ વીણાવાદમાં, શ્રી ગણેશ મૃદંગવાદનમાં, શ્રી કૃષ્ણ બંસીવાદનમાં, ભગવાન શંકર તાંડવ નૃત્યમાં અને પાર્વતી લાસ્ય નૃત્યમાં પ્રવીણ હતાં. વળી ઇન્દ્ર રાજના દરબારમાં કિન્નરો અને ગાંધવી ગાયનવાદન કરતાં અને અપ્સરાઓ નૃત્ય કરતી. આમ સંગીત એ દૈવી કલા છે.

સંગીતની માનવીના મન ઉપર અસર વિશે કોણે અને ક્યારે શીખવ્યું હશે તે ચોક્કસ પણે કહી શકાતું નથી. પણ સંગીત સાથે માનવીનો સંબંધ તેની ઉત્પત્તિ વખતથી ચાલ્યો આવ્યો છે.

માતાના ગર્ભમાં રહેતું બાળક મા ના સ્વરોને આરોહ - અવરોહ અને લયને ગર્ભમાં મહેસૂસ કરે છે. આમ , પ્રથમ નાદના સ્વરોના પરાવર્તનનો તે અનુભવ કરે છે.

એટલું જ નહિ બાળક માતાના ગર્ભમાં હોય ત્યારથી જ તે સંગીતના વિવિધ લય , તાલને ઓળખવાનું માણવાનું શરૂ કરી દે છે. પૃથ્વી ઉપર જન્મ લેતા જ બાળક પોતાની સૌપ્રથમ ' સંગીત સભા ' એટલે કે રડવાનું શરૂ કરી દેતું હોય છે, માતા બાળકને શાંત કરવા કે સુવડાવવા માટે હાલરડાં તરીકે ઓળખાતા ગીતોનો લયબદ્ધ રીતે ગાઈને ઉપયોગ કરે છે.

માનવજીવનમાં વિવિધ રૂપે સંગીત ઉપસ્થિત હોય છે. દેહરૂપી વાદ્ય માં ધીમા ધીમા સૂરમાં સંગીત સતત વહ્યા જ કરે છે. જે લયબદ્ધ રીતે ધબકે છે. ક્યારેક તે લયનો ભંગ એટલે જ રોગ.

ફેફસાંના રોગો , દમ , અનિદ્રા તેમજ બીજા કેટલાક માનસિક રોગોને દૂર કરવા આજે સંગીતનો દવા તરીકે ઉપયોગ થવા માંડ્યો છે. પ્રાચીન ગ્રંથોમાં પણ ઉલ્લેખ છે કે સંગીત દ્વારા રોગોપચાર થતા હતા અને આજે પણ જને આપણે ' મ્યુઝિક થેરાપી ' કહીએ છીએ. આમ , માનસિક રોગોમાં સંગીતોપચાર ખૂબ ઉપયોગી પૂરવાર થયેલ છે.

સંગીત વિના જીવન જીવવું અધરું નથી. પરંતુ સંગીત સાથે જીવવાનું આસન જરૂર થઇ શકે છે. જો બાળકોને નાની ઉંમરથી સંગીત સંભાળવાની ટેવ પાડવામાં આવે તો તે બાળકનું મગજ સંગીત ન સંભાળતા બાળકના મગજ કરતા વધુ વિકસિત અને સંવેદક બને છે.

એવું સંશોધન દ્વારા સાબિત થયું છે. દૂધ આપતા પ્રાણીઓ પર સંગીતની અસર તો જાણીતી છે. તેમજ વનસ્પતિઓ ઉપર સંગીતની અસર થાય છે. તેનું આપણા મહાન વૈજ્ઞાનિક જગદીશચંદ્ર બોઝે સમગ્ર જગતને સાબિત કરી આપ્યું છે.

આમ , સંગીત એ આપણા સૌ માટે અમૃત સમાન છે, તે વિશ્વને જીવંત રાખે છે, મનને પાંખો આપે છે, કલ્પનાને ગતિમાન કરે છે, દુઃખને દૂર કરી મન પ્રફુલ્લિત કરે છે અને જીવનમાં આનંદ ભરે છે.

સંગીત એ એક એવી કલા છે જે સીધી જ માણસના આત્મા સાથે જોડાય છે. યોગથી ઇન્દ્રિયો જાગ્રત થતી હોવાનું મનાય છે અને તેનાથી શારિરીક રોગો નાશ પામે છે ત્યારે સંગીતમાં પણ એવા રાગ છે જેનાથી અનેક પ્રકારના રોગોની સારવાર થઈ શકે છે. સંગીતને પણ જો કહેવું હોય તો એક પ્રકારનો યોગ કહી શકાય.

સંગીત દ્વારા ઘણી બધી બીમારીઓનો ઉપચાર પણ થવા લાગ્યો છે. વિજ્ઞાન પણ એવું સ્વીકારે છે કે દરરોજ લગભગ ૨૦ મિનિટ મનપસંદ સંગીત સાંભળવાથી ઘણાબધા રોગથી દૂર રહી શકાય છે.

ભારતીય શાસ્ત્રીય સંગીતના રાગોમાં એટલી શક્તિ છે કે તેનાથી જાતક શારીરિક માનસિક સ્વસ્થતા મેળવી શકે છે. સંગીત થકી ઘણ બધા રોગોનો ઉપચાર પણ શક્ય હોવાનું વિશેષજ્ઞાનું માનવું છે. શાસ્ત્રીય રાગોમાં કોઈ પણ ગીત ભજન કે વાધ ગાય-વગાડીને પણ ફાયદો મેળવી શકાય છે.

હિંડોલ મારવા અને પૂરિયા - ટાઇફ્રોઇડ, તાવ , મેલોરિયા

ભૈરવ - ખાંસી

બિલાવલ, તિલંગ, રામકલી, મુલતાની, કાલિંગડા- ક્ષય રોગ

સોહની, કામોદ, પરજ, મુલતાની - માથા-કાન, દાંત દુખાવો

તોડી, ભૈરવી, માલકૌંસ, પિલુ - અનિંદ્રા

બહાર, બાગેશ્રી - પાગલપણું

પુરિયા, દરબારી કાનડા, ખમાજ- હિસ્ટિરિયા

પૂર્વી, તોડી અને મુલતાની, ભૂપાલી - હાઇ બ્લડપ્રેશર

બસંત, કામોદ, સોરઠ, અડાણાં- સુસ્તી અથવા નપુંસકતા

માલકૌંસ અને આશાવરી - લો-બીપી

ભારતીય સંગીતનાં સાધનો સાથેની શાસ્ત્રીય ધૂન એ આત્મા અને ઇન્દ્રિયો માટે એક વાસ્તવિક સારવાર છે. સમગ્ર ભારતમાં, દરેક રાજ્યની પોતાની સંગીત સંસ્કૃતિ છે. ભારતીય સંગીતનાં સાધનો ખાસ કરીને દક્ષિણ એશિયાનાં સંગીત અને નૃત્યના અવાજોમાં મહત્ત્વની ભૂમિકા ભજવે છે.

આ સાંસ્કૃતિક રીતે સમૃદ્ધ વાદ્યો શાસ્ત્રીય ભારતીય સંગીત સાથે ખૂબ જોડાયેલા છે. જો કે, ભારતીય લોકગીતો મુખ્ય શૈલી છે જ્યાં આ ટુકડાઓ બતાવવામાં આવે છે.લોકગીતો અને વિશિષ્ટ વાદ્યો પરંપરાગત લાગણીઓ વહન કરે છે.

આમાંના દરેક સાધનો સ્થાનિક સંસ્કૃતિના પ્રતિનિધિ છે અને ભારતના રાજ્ય અથવા સ્થળની ઓળખ પ્રદાન કરે છે.ભારતનું સંગીત વૈશ્વિક, રાષ્ટ્રીય અને સ્થાનિક સ્તરે આકર્ષક છે અને ઉપયોગમાં લેવાતા વાદ્યો વિવિધ શૈલીઓમાં મહત્વ ધરાવે છે.

બોલિવૂડથી લઈને પોપ અને ક્લાસિકલ પરફોર્મન્સ સુધી, ભારતીય વાદ્યના અવાજો તરત જ દક્ષિણ એશિયાના સંગીતને ઓળખે છે.

ભારતમાં પરંપરાગત સંગીતની પણ એક વિશિષ્ટ જગ્યા છે. તે ભારતીય લગ્ન હોય, નાનો મેળાવડો હોય કે કોઈ ફંકશન હોય, વગાડવામાં આવેલા અમુક સાધનો આ ઉજવણી સાથે સંકળાયેલા હોય છે.

દરેક ભારતીય વાદ્યનો પોતાનો આનંદદાયક અવાજ અને ઇતિહાસ છે. અમે તમારા માટે ખૂબ જ લોકપ્રિય ભારતીય સંગીતનાં સાધનોની પસંદગી લાવ્યા છીએ, જે પોતાની રીતે અનન્ય છે.

ઢોલ એ બે બાજુવાળા ચામડીવાળું ડ્રમ વાદ્ય છે. સૌથી રસપ્રદ રીતે, આ સાધનની બંને બાજુઓ અલગ અલગ ટોન ધરાવે છે. એક જ તેના અવાજમાં ત્રણ ગણો છે અને બીજો બાસ.

ઢોલ બે લાકડીઓ વડે વગાડવામાં આવે છે જેને 'તિલ્લી' અને 'દગ્ગા' કહેવામાં આવે છે, જે વાંસ અથવા લાકડામાંથી બનાવવામાં આવે છે.પરંપરાગત રીતે, પંજાબી સંસ્કૃતિમાં ઢોલ એ પુરુષો માટેનું મુખ્ય પાત્ર છે પરંતુ આજે ઘણી સ્ત્રીઓ પણ ઢોલ વગાડે છે.

ખેલાડી ઢોલનો પટ્ટો યોગ્ય પકડ માટે ગળામાં પહેરે છે, કારણ કે તે વજનમાં ભારે હોય છે. પંજાબી લોક નૃત્યમાં, ખાસ કરીને ભાંગડા, ઢોલના ધબકારા વિના નૃત્ય અધૂરું છે.

કેટલાક ભાંગડા સ્ટેપ છે જે ફક્ત આ વાદ્યના બીટ પર જ કરી શકાય છે. તે પંજાબ, હિમાચલ, હરિયાણા, જમ્મુ અને કાશ્મીર અને દિલ્હી જેવા ઉત્તર ભારતીય રાજ્યોમાંથી આવે છે.

જો કે, મોટા આધ્યાત્મિક તહેવારો દરમિયાન અન્ય રાજ્યોમાં પણ આવા જ વાદ્યો વગાડવામાં આવે છે.તદ્ઉપરાંત, ઢોલ વિશ્વભરમાં લોકપ્રિય છે અને તેનો વ્યાપકપણે ઉપયોગ થાય છે ભાંગડા સંગીત, ખાસ કરીને યુકેમાં.

ઢોલના બાસમાં આનંદ અને ઉર્જાનો સાર હોય છે જેની સામે કોઈ નૃત્યનો પ્રતિકાર કરી શકતો નથી. આનાથી ભારતીય અને બોલીવુડ ગીતોની આધુનિક પેઢીમાં માંગમાં વધારો થયો છે.

કોઈપણ ભારતીય પ્રસંગે, ખાસ કરીને ઉત્તર ભારતમાં, ઢોલ હાજર હોય છે. ઢોલના તાલે નૃત્ય કર્યા વિના કોઈ કાર્ય થઈ શકતું નથી.

અલગોઝા અને તુમ્બીઅલોગોઝા અને તુમ્બી એ બે અલગ-અલગ વાદ્યો છે પરંતુ સામાન્ય રીતે લોક સંગીતમાં એકસાથે વગાડવામાં આવે છે.આ સાધનો ઉત્તર ભારતીય ક્ષેત્રના છે અને મોટાભાગે પંજાબમાં વપરાય છે.

અલ્ગોઝા એ લાકડાની અથવા વાંસની વાંસળી સાથેની બે જોડેલી ચાંચ છે અને તે વુડવિન્ડ ઇન્સ્ટ્રુમેન્ટ્સના ક્ષેત્રમાં પણ છે.

એક વાંસળી ધૂન ઉત્પન્ન કરે છે અને બીજી ડ્રોન બનાવે છે.બીજી તરફ, તુમ્બી એ એક તારનું ઉચ્ચ પિચવાળું સાધન છે જેનો ખૂબ જ આનંદદાયક અવાજ હોય છે.તે લાકડાની લાકડી પર માઉન્ટ થયેલ ગોળ આકાર સાથે સખત શેલ ધરાવે છે અને તે સાધનોના તાર પરિવાર સાથે સંબંધિત છે.

તદ્દુપરાંત, અલગોઝા અને તુમ્બીના અવાજો એટલા પ્રચલિત છે કે તમે તેને ઘણા લોકપ્રિય બોલીવુડ અને પંજાબી ગીતોમાં સાંભળી શકો છો.સિતાર એ સૌથી પ્રસિદ્ધ ભારતીય સંગીતનાં સાધનોમાંનું એક છે, જે મોટે ભાગે દક્ષિણ ભારતીય પ્રદેશોમાં વગાડવામાં આવે છે.

દક્ષિણ ભારતમાં, શાસ્ત્રીય સંગીત અત્યંત લોકપ્રિય છે, જેમાં સિતારનો ઉપયોગ મુખ્યત્વે હિન્દુસ્તાની શાસ્ત્રીય સંગીતમાં થાય છે. માથાના આકારનું એક મોટું ગોળ શેલ છે, જે લાંબા જાડા ખાસ ટ્રૂન લાકડાના છેડે માઉન્ટ થયેલ છે. વધુમાં, સિતારમાં 18, 19, 20 અથવા 21 તાર હોઈ શકે છે.

શહેનાઈઉસ્તાદ બિસ્મિલ્લા ખાન સૌથી પ્રખ્યાત શહેનાઈ કલાકારોમાંના એક છે અને જેમણે તેને મંચ પર રજૂ કર્યો હતો.જોકે, શહેનાઈ શબ્દ ટર્કિશ મૂળમાંથી આવ્યો છે.

'શેહ' 'શાહ' પરથી આવે છે જેનો અર્થ થાય છે શાહી અને 'નાઈ' 'નેય' પરથી આવે છે, જેનો અર્થ થાય છે વાંસળીનો એક પ્રકાર.શહનાઈ મુખ્યત્વે દક્ષિણ ભારતીય અથવા હિન્દુ લગ્નોમાં વગાડવામાં આવે છે. આ એટલા માટે છે કારણ કે આ વાધનો અવાજ શુભતા ઉત્પન્ન કરે છે અને જાળવી રાખે છે.

ભારતમાં આ લોકપ્રિય વાધ વુડવિન્ડ પરિવારનું છે. તે દરિયાકાંઠાના કર્ણાટક પ્રદેશમાં જોવા મળે છે.આ ટ્યુબ્યુલર સાધન ઘંટની જેમ છેડા તરફ એકસરખું પહોળું થાય છે. તેમાં પાઈપ સાથે છ થી નવ છિદ્રો પણ છે.

આ સાધનમાં નિપુણતા મેળવવા માટે, કલાકારે વિગતવાર ફ્લિપિંગ અને ફિંગરિંગ તકનીકોનો અભ્યાસ કરવાની જરૂર છે.તદ્દુપરાંત, તેનો ઉપયોગ માત્ર શુભ પ્રસંગો દરમિયાન જ થતો નથી પરંતુ તે કેટલાક શાસ્ત્રીય સંગીતમાં વગાડવામાં આવે છે.

સંતૂર એ એક પ્રાચીન સમયનું સાધન છે જે તાર-કેન્દ્રિત ભાગ છે અને ઈરાની સંતૂરનું ચાલુ છે.ટ્રેપેઝોઇડ આકારનું હેમર ડ્યુલસીમર સામાન્ય રીતે અખરોટ અથવા મેપલ લાકડામાંથી બનાવવામાં આવે છે.

ઈરાની સંતૂર કરતાં ભારતીય સંતૂર આકારમાં વધુ લંબચોરસ દેખાય છે.તેમાં 25 પુલ છે, દરેક પુલ પર ચાર કે ત્રણ તારની જોડી છે.આમ, એક સંતૂરમાં કુલ સો તાર હોય છે. તદ્દુપરાંત,

પ્રાચીન સંસ્કૃતમાં તેને 'શતતંત્રી વિણા' કહેવામાં આવે છે, જેનો અર્થ થાય છે .તે ખૂબ જ આસપાસના અવાજ સાથેનું એક નાજુક સાધન છે અને તેને લાકડાના હળવા મેલેટની જોડી સાથે વગાડવામાં આવે છે.

સંતૂર એકમાં બેસીને વગાડવામાં આવે છે 'અર્ધ-પદ્માસન' સ્થિતિ, જેનો અર્થ થાય છે 'અર્ધ કમળ'. એક પગ બીજાની ટોચ પર રહે છે જે ખેલાડીઓને સાધનને વિજયી થવા માટે સ્થિર સ્થિતિ આપે છે.

તેનો ઉપયોગ ભારતીય શાસ્ત્રીય શૈલીમાં સૂફી સંગીત વગાડવા માટે થાય છે પરંતુ આ વાધ વિશ્વભરમાં લોકપ્રિય છે.શિવકુમાર શર્મા અને પરવિઝ મેશ્કાટિયન આ સૂક્ષ્મ નોંધાયેલા વાધના જાણીતા ખેલાડીઓ છે.

કોષ્ટક ડ્રમ્સની જોડી અને ભારતીય શાસ્ત્રીય સંગીતમાં લોકપ્રિય થયેલું ખૂબ જ જૂનું વાધ છે. આ સાધન વિશ્વભરમાં પણ જાણીતું છે.

18મી સદીમાં દિલ્હી દરબાર ના દરબારી સંગીતકાર સિદર ખાન ધારીને તબલાની શોધ કરવાનો શ્રેય આપવામાં આવે છે. તેમ છતાં, તે સંભવિત છે કે કોઈ એક વ્યક્તિ તેની રચના માટે જવાબદાર નથી.

18મી સદીથી, તબલા માત્ર હિન્દુસ્તાની શાસ્ત્રીય સંગીતમાં જ નહીં પરંતુ સંગીતની આધુનિક પેઢીઓમાં પણ વગાડવામાં આવે છે.પ્રભાવશાળી રીતે,

તે સામાન્ય રીતે એકલા કલાકારો દ્વારા વગાડવામાં આવે છે જેઓ દરેક ડ્રમને થપ્પડ મારવા, ખંજવાળવા અને ટેપ કરવા માટે બંને હાથનો એક સાથે ઉપયોગ કરે છે.

વગાડનારા નાના લાકડાના લોગનો ઉપયોગ કરીને તબલાને ટ્યુન કરવામાં સક્ષમ છે, જે પડ્ઢાઓની વચ્ચે રાખવામાં આવે છે. તેમને ઉપર અને નીચે ખસેડીને, પિચને ઇચ્છિત અવાજ માટે ગોઠવવામાં આવે છે.

તદ્દુપરાંત, ડૉ ઝાકિર હુસૈન વિશ્વના શ્રેષ્ઠ તબલાવાદકોમાંના એક તરીકે પ્રખ્યાત છે. તે પંચાવન વર્ષથી તેને રમી રહ્યો છે અને ભારતમાં તેમજ અમેરિકામાં તેના અનુયાયીઓ છે.

તેમના પિતા ઉસ્તાદ અલ્લાહ રખા ભારતના સૌથી જાણીતા તબલા વાદકોમાં એક હતા. ઝાકિર તેના પિતાના પ્રભાવ વિશે પ્રેમપૂર્વક વાત કરે છે, કહે છે:"મારા પિતા મારા માર્ગદર્શક, ગુરુ, માર્ગદર્શક, પિતા અને મિત્ર રહ્યા છે."

"તે મને હંમેશા કહેતો, 'બેટા (દીકરા), માસ્ટર બનવાની કોશિશ ન કર; ફક્ત એક સારા વિદ્યાર્થી બનો અને તમે બરાબર મેળવશો."આ ઉત્તર ભારતીય વાધ આ તબલા કલાકારોને કારણે સૌથી વધુ પ્રસિદ્ધ વાધો તરીકે તેનું પ્રખ્યાત સ્થાન ધરાવે છે.

પુંગી, જેને બીન તરીકે પણ ઓળખવામાં આવે છે, તે ભારતીય લોક સંગીતનું સાધન છે. તેનો ઉપયોગ મોટાભાગે સાપ ચાર્મર્સ દ્વારા કરવામાં આવે છે, ખાસ કરીને કોબ્રાના સંબંધમાં.

જો કે હવે પુંગી દરેક જગ્યાએ જોવા મળે છે, તે ભારતના રાજસ્થાન પ્રદેશમાંથી ઉદ્ભવ્યું છે જ્યાં કોઈને વેરાન વિસ્તારોમાં પુંગી ખેલાડીઓ મળી શકે છે.

મોહક સાપની સાથે, તે લોક ધૂન વડે પણ વ્યક્તિની સંવેદનાઓને આકર્ષિત કરે છે. રાજસ્થાની લોકનૃત્યમાં, એક રચના કામ કરવા માટે પુંગી એ સૌથી મહત્વપૂર્ણ ભાગ છે.

તદ્પરાંત, તેના આકારમાં આવતા, પુંગી એક ખૂબ જ અનન્ય દેખાતું સાધન છે. તે મોંથી ફૂંકાતા એર લોયથી બનાવવામાં આવે છે, જેમાં ગોળનો સમાવેશ થાય છે જે હવાને બે રીડ પાઇપમાંથી પસાર થવા દે છે.

સૌથી રસપ્રદ વાત એ છે કે, વાધ વિરામ લીધા વિના વગાડવામાં આવે છે, જેનો અર્થ છે કે ખેલાડીને સતત અને ગોળાકાર શ્વાસ લેવાની જરૂર છે.સામાન્ય રીતે, તે એકલા વગાડવામાં આવે છે કારણ કે નીચી અને ઊંચી પીચ બંને હોય છે. તે સતત ધીમા મધુર ગુંજારવા જેવું લાગે છે.

સરોદનો અંદાજ ફારસી ભાષામાં 'મેલડી' અથવા 'મીઠો અવાજ' થાય છે. તે સ્ટ્રિંગ પરિવાર સાથે સંબંધિત એક અનન્ય દેખાવ ભાગ છે.ભારતીય શાસ્ત્રીય સંગીતના વિદ્વાનોના મતે, સરોદ એ પ્રાચીન ભારતીય વાધો વીણા અને તબીબી રીબાબનું સંયોજન છે.સુરસિંગર એ પણ એક સ્ટ્રિંગ ડોમેન સાધન છે .

જે પ્રારંભિક ભારતીય મૂળનું છે. જો કે, તે સરોદ કરતાં મોટું છે અને ઊંડા અવાજો ઉત્પન્ન કરે છે., આ સાધન ભારતમાં 2000 વર્ષથી વધુ સમયથી જીવે છે.આ તેના પર ભાર મૂકે છે કે તે કેટલું નવીન છે અને હજુ પણ સંગીતની અંદરના ઉત્ક્રાંતિ અને ફેરફારોને લાગુ પાડી શકે છે.

સરોદ મોટે ભાગે દક્ષિણ ભારતમાં જોવા મળે છે, ખાસ કરીને તમિલનાડુ, કર્ણાટક અને કેરળમાં, જ્યાં તેને 'સ્વરબત' કહેવામાં આવે છે. ઉપરાંત, તે ઉત્તર ભારતમાં પ્રખ્યાત છે.

સરોદને તેના જાજરમાન અવાજો અને નોંઘોને કારણે શાહી ભારતીય વાધ ગણવામાં આવે છે.હિન્દી શબ્દ બાંસુરી 'બાન્સ' પરથી ઉતરી આવ્યો છે,

જેનો અર્થ થાય છે 'વાંસ' અને 'સુર' જેનો અનુવાદ 'મેલોડી' થાય છે. આ એક હોલો ઇન્સ્ટ્રુમેન્ટ બનાવવા માટે ખાસ પ્રકારના વાંસનો ઉપયોગ કરવામાં આવે છે.તેમાં છ કે સાત છિદ્રો છે અને તે સંગીતના અઢી ઓક્ટેવ્સ ઉત્પન્ન કરે છે.

જો કે વાંસળી જુદી જુદી પ્રાચીન સંસ્કૃતિઓમાં જોવા મળે છે, પરંતુ બાજુની વાંસળી ફક્ત પ્રાચીન ભારતમાં જ જોવા મળી છે.

તેની શરૂઆતથી જ, બાંસુરીએ આધુનિક યુગના સંગીતમાં તેની નોંધપાત્ર હાજરી બનાવી છે અને તે કારણસર, અમારી સૂચિમાં છે.તે સાઢું લાગે છે પરંતુ ખેલાડી બનવા માટે વર્ષોનો અનુભવ લે છે. હરિપ્રસાદ ચૌરસિયા, જીએસ સચદેવ, દીપક રામ અને રોનુ મજુમદાર ભારતના લોકપ્રિય વાંસળીવાદક છે.

"વાધ તરીકે વાંસળી એ સંપૂર્ણ છે."બાંસુરી અવાજ ખૂબ જ રાહત આપનારો છે અને કેટલાક લોકો તેને આરામ કરવા માટે સૂતી વખતે અથવા ધ્યાન કરતી વખતે સાંભળે છે.એવું કહેવાય છે કે હાર્મોનિયમ પશ્ચિમી પૃષ્ઠભૂમિ ધરાવે છે, ખાસ કરીને તે ફ્રેન્ચ અને જર્મન સંગીતમાં દેખાય છે.

2021 માં, આ સાધન ચોક્કસપણે દક્ષિણ એશિયા સાથે સારી રીતે સંકળાયેલું છે.તેનો ઉપયોગ મુખ્યત્વે ભારત, બાંગ્લાદેશ અને અન્ય એશિયન દેશોમાં થાય છે. ઉપરાંત, હાર્મોનિયમ ભારતીય શાસ્ત્રીય, કવાલી અને સૂફી સંગીતમાં અન્ય વિવિધ શૈલીઓ સાથે વગાડવામાં આવે છે.

વધુમાં, દ્વારકાનાથ ઘોષ, કલકત્તામાં અગ્રણી ઇન્સ્ટ્રુમેન્ટ ઉત્પાદકના ભાગરૂપે, 1875માં ફ્લોર પર બેસીને વગાડવાનું સરલ બનાવ્યું.

હિન્દુસ્તાની શાસ્ત્રીય સંગીતમાં તે લોકપ્રિય થવાનું આ એક બીજું કારણ છે.તે હેન્ડ-પમ્પ્ડ ઇન્સ્ટ્રુમેન્ટ છે અને તેમાં એક કીબોર્ડ છે જે ટેમ્પર્ડ સ્કેલના બાર હાફ-ટોન સાથે નિશ્ચિત છે.તદ્પરાંત, કીબોર્ડમાં ત્રણેય ઓક્ટેવ છે - મંદ્રા, મધ્ય અને તારા, જેમાં હવાયુક્ત નોંધો તેમજ ઊંડા ટોન શામેલ છે.

તેમ છતાં, ભારતીય સ્વરા મુજબ, જેમાં તમામ ભારતીય સંગીતની પિયાનો સમાવેશ થાય છે, કીબોર્ડ સંપૂર્ણ સ્વરા ઉત્પન્ન કરી શક્યું નથી.તેથી, રાષ્ટ્રીય નેટવર્ક 1940 થી હાર્મોનિયમ પ્રસારણ પર પ્રતિબંધ મૂક્યો.

જોકે બડે ગુલામ અલી ખાન, બેગમ અખ્તર અને અન્ય ઘણા પરફેક્શનિસ્ટોએ હાર્મોનિયમના સમર્થનમાં અવાજ ઉઠાવ્યો હતો.1971 થી તે અત્યંત લોકપ્રિય ભારતીય સાધન બની ગયું છે.

ઢોલક એ બંને માથાવાળું ડ્રમ વાધ છે. તે ભારતીય-ઉપખંડીય પ્રદેશોનો છે, જે મુખ્યત્વે ઉત્તર ભારતીય લોક અથવા પરંપરાગત સંગીતમાં ઓળખાય છે.આ વાધ ઢોલ જેવું દેખાય છે અને તેની વગાડવાની તકનીક સમાન છે પરંતુ તે નાનું છે. તેમાં પરંપરાગત કપાસનો દોરો અને તેના પર સ્ક્રૂ-ટર્નબકલ છે.જ્યારે મનોરંજનની વાત આવે ત્યારે તે ખૂબ જ સારું સાધન છે.

પરંપરાગત ભારતીય મેળાઓમાં, ઢોલક અથવા ઢોલકીના માસ્ટર તેમની અદ્ભૂત વગાડવાની શૈલીથી ભીડ એકઠી કરી શકે છે.ભારતીય લગ્નો હલ્દી અને મહેંદીના પ્રસંગો પર ઢોલકી વગાડે છે, જે ખૂબ જ મહત્વપૂર્ણ છે. ઢોલકીના તાલે મહિલાઓ રમે છે,

ગાય છે અને નૃત્ય કરે છે.આંબાનું વૃક્ષ, નાળિયેર પામ વૃક્ષ અથવા શીશમ વૃક્ષ આ લાકડાના સાધનને બનાવવા માટે સક્રિય ઘટકો છે, જે તેના ગતિશીલ અને આકર્ષક ધબકારા માટે લોકપ્રિય છે.ઢોલકી વગાડતી વખતે ભારતીય લોકગીતો ગાવાનું બંધ કરી શકાતું નથી. સૌથી રસપ્રદ વાત એ છે કે, ઢોલકીના તાલ સાથે તાળીઓ પાડવાની સંપૂર્ણ મજા છે.

શ્રીલંકાના હેલા સંસ્કૃતિમાંથી ઉદ્ભવ્યું હોવાનું માનવામાં આવે છે, રાવણહથને વાયોલિનનો પુરોગામી માનવામાં આવે છે.આ વાદ્ય રાજા રાવણના શાસન દરમિયાન લગભગ 2500 બીસીઇનું છે.

વાંસની દાંડી સાથે નાળિયેરના શેલના બાઉલનો સમાવેશ થાય છે, ત્યાં મુખ્ય તાર વાળ અથવા સ્ટીલના બનેલા હોય છે અને પુલ પર બાંધવામાં આવે છે.

તેની સાથેનું ધનુષ્ય પણ સામાન્ય રીતે વાળમાંથી બનેલું હોય છે. વિવિધ લંબાઈમાં આવતા, કેટલાક વિશિષ્ટ ધનુષ ઘંટડીઓ ડોન કરી શકે છે જે વગાડતી વખતે જિંગ કરે છે, વધુ મધુર અને લયબદ્ધ અવાજો આપે છે.

સમગ્ર મધ્યયુગીન ભારતમાં ખૂબ જ લોકપ્રિય, આ વાદ્ય શાહી આભાને ચમકાવે છે.રાજસ્થાન અને ગુજરાતમાં, રાવણહથ એ પ્રથમ સંગીતનો ટુકડો હતો જે રાજકુમારો દ્વારા શીખવામાં આવ્યો હતો.

તેમ છતાં આ વાદ્ય ધીમે ધીમે તેની આકર્ષણ ગુમાવતું ગયું, પણ શ્રીલંકાના સંગીતકાર અને વાયોલિનવાદક દ્વારા તેને ફરીથી રજૂ કરવામાં આવ્યું, દિનેશ સુબાસિંઘે.તેની સૂચિમાં તેનો ઉપયોગ કરીને.

આ સાધન ખાસ કરીને દિનેશના આલ્બમમાં અગ્રણી છે રાવન નાડા (2014).ઉચ્ચ-પીચ તાર અને આત્માપૂર્ણ સંવાદિતાને સમાવીને, આ પ્રોજેક્ટ દર્શાવે છે કે આ ભારતીય સંગીતનું સાધન કેટલું ભવ્ય છે.

સારંગી એ ભારતભરમાં પરંપરાગત લોક અને શાસ્ત્રીય હિન્દુસ્તાની સંગીતમાં વગાડવામાં આવતું ટૂંકી ગળાનું વાદ્ય છે.જોકે, તેણે પાકિસ્તાન અને શ્રીલંકા જેવા અન્ય દેશોમાં પણ લોકપ્રિયતા મેળવી છે.સામાન્ય રીતે લાકડાના બ્લોકમાંથી કોતરવામાં આવે છે.

આ સાધનમાં એક પુલ હોય છે જે સ્ટીલ અથવા પિત્તળમાંથી બનેલા ચાલીસ સહાનુભૂતિના તારને ટેકો આપે છે.મુખ્ય ત્રણ વગાડતા શબ્દ માળાઓ ગાઢ છે.

ટ્યુનિંગ પેગ્સ અને વાળમાંથી બનેલા ધનુષ્યના ઉમેરા સાથે, સારંગી માનવ અવાજની ધૌંઘાટને ફરીથી બનાવી શકે છે..આ ભારતીય સંગીત સાધન જે લાગણીઓ ઉત્પન્ન કરી શકે છે તે અગમ્ય છે. શ્રોતાઓ ગૂંજન, રડવાનો અને મધુર તડપના અવાજોથી મોહિત થાય છે.

આ નાનું છતાં પ્રસિદ્ધ સાધન વગાડવામાં આવે ત્યારે આધ્યાત્મિક ઊર્જા ઉત્પન્ન કરવાને કારણે પ્રસિદ્ધ છે, જે ડમરુને ભારતમાં એક પ્રખ્યાત સાધન બનાવે છે.

આ મેટ મ્યુઝિયમ ન્યૂ યોર્કમાં આધ્યાત્મિક પાસાને પ્રકાશિત કરે છે:"તેના લયબદ્ધ પ્રતિક્રમણ, સર્જનનો આદિમ અવાજ, બ્રહ્માંડને સતત બદલાતા, અનંત નૃત્યમાં ખસેડે છે."સામાન્ય રીતે લાકડા, ધાતુ અને બંને છેડે ચામડાનું માથું બનેલું હોય છે, તેમાં ચામડાની દોરીઓ સાથે મણકા પણ બાંધવામાં આવે છે, જે 'સ્ટ્રાઈકર્સ' તરીકે કામ કરે છે.

ભાગ એકલા હાથે વગાડવામાં આવે છે.ખેલાડી, કાંડાની વળાંકની ગતિનો ઉપયોગ કરીને, માથા પર 'સ્ટ્રાઈકર્સ'ને ફટકારે છે, એક અલગ અવાજ બનાવે છે જેનો ઉપયોગ લગ્નો, પાર્ટીઓમાં અને ક્યારેક બેન્ડમાં થાય છે.રેતીના ઘડિયાળ જેવો આકાર ધરાવતું અને 7 ઇંચથી વધુ ઊંચું નથી, ડમરુ પ્રભાવશાળી છે અને કોઈપણ પ્રદર્શન દરમિયાન બાસની હિટ પ્રદાન કરે છે.

.રિબાબ એ ડિઝાઇન અને બાંધકામની દ્રષ્ટિએ ગિટારની નજીકનું એક સાધન છે.તેને 1562ની આસપાસ ઉત્તર ભારતમાં તાનસેન દ્વારા લોકપ્રિય કરવામાં આવ્યું હતું, જે શાસ્ત્રીય હિન્દુસ્તાની સંગીતના ઉચ્ચ-પ્રોફાઈલ વ્યક્તિ હતા.પોલાણવાળા બાઉલમાં ટોચની ઉપર ખેંચાયેલી ત્વચા હોય છે, જેમાં ગરદન અને ચામડી પર બે પુલ હોય છે. ભાગના બંને છેડે છ તાર બાંધવામાં આવે છે.

જેનાથી ખેલાડી અવાજને એકીકૃત રીતે સમાયોજિત કરી શકે છે.વધુમાં, 7મી સદીના પ્રાચીન ગ્રંથોમાં પ્રચંડ સાધનનો ઉલ્લેખ છે. પંજાબી સ્ત્રોતો સાથેના વધારાના સંબંધે રિબાબ માટે વૈવિધ્યસભર ઉપયોગ પૂરો પાડ્યો હતો.અઢી ઓક્ટેવની શ્રેણી સાથે, રિબાબ લયબદ્ધ વિસ્તરણ અને ઝડપી-પેસ પેટર્ન માટે યોગ્ય છે.

જો કે, આધુનિકીકરણ દ્વારા, રિબાબે તેની આકર્ષણ ગુમાવી દીધું પરંતુ સરોદના વિકાસને પ્રભાવિત કર્યું.ભારતીય સંગીતનાં સાધનોમાં સરોદ મુખ્ય છે તેમ છતાં, રીબાબે તેની શરૂઆતની શરૂઆત કેવી રીતે કરી તેના પર ભાર મૂકવો મહત્વપૂર્ણ છે.

મૃદંગમ એ એક ભારતીય સંગીત સાધન છે જે દક્ષિણ એશિયાના સંગીતના પર્ક્યુસિવ અવાજો માટે ઉધાર આપે છે.રસપ્રદ વાત એ છે કે આ નામ સંસ્કૃત શબ્દો 'મૃદ' અને 'આંગ' પરથી બનાવવામાં આવ્યું છે, જેનો અનુવાદ 'માટીનું શરીર' થાય છે.મૃદંગમની સૌથી જૂની આવૃત્તિઓ માટીમાંથી બનેલી હોવાનું માનવામાં આવે છે,

તેથી, નામ ઇતિહાસનું પ્રતિનિધિત્વ કરે છે.જો કે મૃદંગમ લાકડામાં સંક્રમિત થયું છે, તેના સંગીતના ગુણો પણ વિકસિત થયા છે. ડ્રમની બે બાજુઓ આકારમાં ભિન્ન છે, જે એક સાધનમાંથી બાસ અને ટ્રેબલ અવાજો માટે પરવાનગી આપે છે.ઉપરાંત, ચુસ્ત ચામડાના પટ્ટાઓ હેઠળ લપસી ગયેલા કોણીય આકાર અને લાકડાના ડોવેલ ત્વચાના તણાવને નિયંત્રિત કરે છે, તેથી, ડ્રમ જે અવાજ કરે છે તેના પ્રકારને નિયંત્રિત કરે છે.

ખેલાડીઓ તેમના હાથ અને આંગળીઓ વડે દરેક છેડાને સ્ટ્રોક અથવા હિટ કરે છે. જો કે, વાસ્તવિક કૌશલ્ય એ છે કે દેશી નોટોની ભવ્ય ઉજવણી માટે તમામ સંભવિત સંયોજનો સાથે જોડાવું. કર્ણાટક સંગીતમાં મોટાભાગે ઉપયોગમાં લેવાતું, આ વાદ્ય હજુ પણ ભારતનો મુખ્ય ભાગ છે. ઢોલ, ઢોલક અને તબલાની ડિઝાઇન અને અવાજોને જોડીને,

આ વાદ્યની શ્રોતાઓ પર જે અસર થઈ શકે છે તેને અવગણવી મુશ્કેલ છે. તિરુવરુર બક્થાવથસલમ અને ટી. નંદકુમાર જેવા મોગલ દ્વારા વગાડવામાં આવેલ, મૃદંગમ એક જટિલ છતાં મનમોહક સાધન છે જેણે શ્રોતાઓને દાયકાઓથી જોડ્યા છે.

2જી સદીના મંદિરના ગ્રંથો અને રેખાંકનોમાં એક પ્રકારની વીણા વગાડવામાં આવી છે, જે દર્શાવે છે કે આ સાધન કેટલું ઐતિહાસિક છે. વીણાની આરામ અને વિવિધતા અજોડ છે.

ભારતના સમગ્ર પ્રદેશોમાં અસંખ્ય સંસ્કરણો હોવા છતાં, મુખ્ય વિભાગો રુદ્ર વીણા, સરસ્વતી વીણા અને વિચિત્ર વીણા છે. આમ, ભારતના કયા ક્ષેત્રમાં છે તેના આધારે, તાજગી આપતી સંવાદિતા અને સ્પંદનોની શ્રેણી ઓફર કરે છે.

વિખ્યાત વીણા સંગીતકાર, જયંતિ કુમારેશ, કર્ણાટક સંગીતમાં એક આઇકોન, સ્પર્શ પર ધ્યાન કેન્દ્રિત કરે છે તત્વ: "જો કોઈ વ્યક્તિ વીણાને જુએ કે સ્પર્શે તો પણ તે વ્યક્તિના જીવનકાળ દરમિયાન અને પછી બંને રીતે આરામ આપે છે."

વાદ્યમાં 1-100 તારોની શ્રેણી હોઈ શકે છે, જો કે, ઘણી વીણા ચાર કે પાંચ મુખ્ય વગાડતા તાર અને ત્રણ ગૌણ તાર સાથે વળગી રહે છે. વધુ પ્રભાવશાળી રીતે, વિશાળ રાઉન્ડ રેઝોનેટર, જેના માટે સાધન જાણીતું છે તે તે છે જ્યાં ખેલાડી તેમની ઇચ્છિત રચના તૈયાર કરે છે.

તાર પર તેમના જટિલ હાથનો ઉપયોગ કરીને અને વીણાના સાંકડા છેડે ટ્યુનિંગ બોક્સની મદદથી, ખેલાડીઓ ભારતીય સંગીતનું આકર્ષક પ્રદર્શન કરે છે. કંજિરા આ સૂચિમાં સૌથી સરળ દેખાતું સાધન છે, પરંતુ તે તેનામાંથી કંઈપણ દૂર કરતું નથી. સંગીત ક્ષમતાઓ.

ખંજરી જેવું લાગે છે, કંજિરામાં લાકડાની ફ્રેમ હોય છે અને તેના પર ચામડાનો પાતળો પડ લંબાયેલો હોય છે. બંને બાજુએ બે ધાતુની પ્લેટો છે, જે દર વખતે ભાગને સ્ટ્રોક કરવામાં આવે ત્યારે જિંગલ આપે છે. તે અન્ય ટુકડાઓની તુલનામાં વ્યાપકપણે ટ્યુન કરી શકાતું નથી.

જો કે, વાદ્ય હજુ પણ બહુમુખી છે અને કર્ણાટિક કોન્સર્ટમાં ગૌણ પર્ક્યુસન સાથ તરીકે ઉપયોગમાં લેવાય છે. જો કે, ચામડાના ચહેરાના અંદરના ભાગને ભીના કરીને કંજિરા પર પીચને ઓછી કરી શકાય છે. આ રસપ્રદ ટેકનિક એક અનોખો અવાજ પ્રદાન કરે છે, પરંતુ તે પિચને નિયંત્રિત કરવાનું મુશ્કેલ બનાવે છે.

તેથી, નટરાજન ગણેશ કુમાર અને વી સેલ્વગણેશ જેવા સાબિત પ્રતિભાઓ આવા નોંધપાત્ર સાધનને સંભાળવા માટે વધુ સારી રીતે સજ્જ છે. નોંધપાત્ર ટોન હાંસલ કરવા માટે જરૂરી હાર્ડ-હિટિંગ ગતિ અત્યંત મંત્રમુગ્ધ છે અને ભારતીય સંગીતમાં આવશ્યક છે. નાદસ્વરમ એ શહેનાઈ જેવું જ પવનનું સાધન છે, જો કે, તે સખત શરીર અને છેડે મોટી ભડકતી ઘંટડી સાથે ઘણું લાંબુ છે.

સૌથી લોકપ્રિય શાસ્ત્રીય ટુકડાઓમાંના એક તરીકે, તે "વિશ્વનું સૌથી મોટેથી નોન-બ્રાસ એકોસ્ટિક ઇન્સ્ટ્રુમેન્ટ" માનવામાં આવે છે. તેમાં સાત આંગળી-છિદ્રો અને પાંચ વધારાના છિદ્રો છે,

જે સ્વરને સમાયોજિત કરવા માટે સુધારી શકાય છે. વધુમાં, તે બાંસુરી વાંસળીની જેમ અઢી ઓક્ટેવ સુધી જઈ શકે છે, પરંતુ પાઇપમાં હવાના પ્રવાહના દબાણથી સ્વર રૂપાંતરિત થાય છે. જ્યારે રમવામાં આવે છે, ત્યારે પીયો શાંત હોય છે. તે ચોક્કસ પડઘો ધરાવે છે જે કાનની આસપાસ વાગે છે, કૃત્રિમ આભા બનાવે છે અને વિષયાસક્ત છબી પ્રદાન કરે છે.

કાળજીપૂર્વક શ્વાસ નિયંત્રણ સાથે, સંગીતકારોને આ સાધનમાં નિપુણતા મેળવવા માટે નોંધપાત્ર કૌશલ્ય સમૂહની જરૂર છે. શેખ ચિન્ના મૌલાના જેવા પ્રસિદ્ધ ખેલાડીઓએ આ કામ વિના પ્રયાસે કર્યું.

નાદસ્વરમને ખીલવા માટે એક પાયો પૂરો પાડતા, તિરુવિઝા જયશંકર જેવા તીવ્ર સંગીતકારો વાદ્યોની તીવ્રતા અને પકડવાની શક્તિને સતત બતાવે છે. આ યાદીમાં સૌથી દુર્લભ છતાં સૌથી આદર્શ સાધન જલ તરંગ છે, અન્યથા જલથરંગમ તરીકે ઓળખાય છે

. પ્રાચીન કિટ 17મી સદીની આસપાસ વિકસાવવામાં આવી હતી અને તેમાં પાણીથી ભરેલા બાવીસ કપ સુધીનો સમાવેશ થાય છે. દરેક કપમાં પાણીની વિવિધ માત્રા ચોક્કસ અવાજ પહોંચાડે છે. ખેલાડીઓ લાકડાની લાકડી વડે કપને હળવેથી ફટકારે છે, જો કે, અન્ય સાધનોથી વિપરીત, વગાડતી વખતે નોંધીને ટ્યુન કરવી મુશ્કેલ છે.

જો તે પ્રદર્શન કરતી વખતે કપને ફેરવવામાં અથવા પાણીમાં ફેરફાર કરવામાં સક્ષમ હોય, તો તેને જલ તરંગ ખેલાડી તરીકે ગણવામાં આવે છે. આ સાધન સાથે ધ્વનિની ગતિ પ્રચલિત છે. તાર, પાઇપ અથવા હાથને બદલે, ઇચ્છિત લય ચોકસાઇ દ્વારા અને લગભગ પાણીના પ્રવાહમાં વિક્ષેપ કરીને પ્રાપ્ત થાય છે,

જે અતિ મુશ્કેલ છે. જો કે, મિલિંદ તુલંકર અને ડો. રાગિણી ત્રિવેદી જેવા કલાકારોએ આ વાદ્ય પ્રિય છે. જલ તરંગ ભારતીય સંગીત માટે કેવી રીતે આકર્ષક, કલાત્મક અને મહત્વપૂર્ણ છે તેના પર.

આ વાદ્યની જળચર સિમ્ફની વધુ સમૃદ્ધ ભારતીય સાધનોને તાજગી આપે છે.. તેનો અર્થ એ નથી કે જલ તરંગ સમાન લાગણી પ્રાપ્ત કરવામાં સક્ષમ નથી, પરંતુ તે તેના તાજગીભર્યા અને વાઇબ્રન્ટ પર્ક્યુસનથી દૂર રહી શકતું નથી.

આ સુંદર ભારતીય સંગીતનાં સાધનો ભારત અને તેની સંસ્કૃતિની સુંદરતા અને સાર મેળવે છે.તે માત્ર ખૂબ જ જટિલ નથી,પરંતુ દરેક ભાગની રચના અથવા ગીતને પૂર્ણ કરવામાં અનન્ય ભૂમિકા હોય છે, જે વ્યક્તિગત રીતે તેમને વિશેષ બનાવે છે.

સંગીતમાં, શૃંગાર, હાસ્ય, કરુણ, અને શાંત – એ ચાર રસોમાં નવેનવ રસ હોવાનું મનાય છે. આપણું શાસ્ત્રીય સંગીત રસલક્ષી છે. મતંગની બૃહદ્દેશીમાં રાગ-વિમર્શ કરતાં રાગની વ્યાખ્યા આ પ્રમાણે અપાઈ છે: 'યોય' ધ્વની વશિષેસત્ સ્વર-વર્ણ વભિષૂરતિ:, રંજકો જનચત્તિતાનામ સ રાગ: કથ્યતિ બધૈ:' સ્વરોનો એવો સૌંદર્યસભર સમૂહ જે રંજક હોય તેને રાગ કહે છે.

પંડિત વિષ્ણુ નારાયણ ભાતખંડેએ પણ 'અભિનવ રાગમંજરી'માં રાગની વ્યાખ્યા કરતાં રંજકતાને રાગનો ગુણધર્મ ગણાવ્યો છે

આપણી સંગીત પરંપરામાં રાગોની પ્રકૃતિ હોવાનું આપણે માનીએ છીએ. કેટલાક રાગો ચંચળ પ્રકૃતિના છે તો કેટલાક ગંભીર. રાગોની પ્રકૃતિના આ વિશાળ વર્ગીકરણને આગળ લઈ જતાં રાગોને જુદા જુદા રસો નિષ્પન્ન કરનાર તરીકે વર્ગીકૃત થાય છે.

રાગોનું વર્ગીકરણ એના સ્વરોની સંખ્યા પ્રમાણે, એમાં આવતા સ્વરોના પ્રકારશુદ્ધ, કોમલ કે તીવ્રના આધારે જુદી જુદી રીતે થાય છે. રાગોની પ્રકૃતિ પ્રમાણે એમના ગાયન કે વાદનનો સમય પણ શાસ્ત્રોમાં જણાવાયો છે.

પંડિત ભાતખંડે લિખિત 'હિન્દુસ્તાની સંગીત પદ્ધતિ'માં તેમણે રસ પ્રમાણે રાગોને ત્રણ વિભાગમાં વહેંચ્યા છે : ધ ધૈવત કોમલવાળા સંધિપ્રકાશના રાગો શાંત અને કરુણ રસના, ધ શુદ્ધવાળા રાગો શૃંગાર રસના, અને ગ ગાંધાર તથા નિનિષાદકોમળવાળા રાગો વીર રસના સંવાહક છે એવું તેમણે દર્શાવ્યું છે.

જેમ રાગોને રસ સાથે જોડવામાં આવ્યા છે, તેમ આપણા પ્રાચીન ગ્રંથકારોએ સ્વરને પણ રસ સાથે જોડ્યા છે. ૧૩મી સદીના સંગીતશાસ્ત્રી શારંગદેવે સંગીતશાસ્ત્રની તેમની મહાન કૃતિ – 'મેગ્નમ ઓપાસ' – 'સંગીત રત્નાકર'માં જુદાજુદા સ્વરોને વિવિધ રસો સાથે પ્રથમ વાર સાંકળી લીધા.

સા અને રે, વીર, રૌદ્ર અને અદ્ભુત રસોના, ધ બિભત્સ અને ભયાનકનો, ગ અને નિ કરુણ રસના, અને મ તથા પ હાસ્ય અને શૃંગાર રસના પોષક છે. જો કે દરેક સ્વરને કોઈ એક રસસૃષ્ટિ સાથે જોડી શકાય એવું વાસ્તવમાં લાગતું નથી. રસનિષ્પત્તિ એ સ્વર-સમૂહો અને તેમાં સ્વરોનું પ્રયોજન, સ્વરોની ચાલ, અને સંગીતકારની પોતાની રસાનુભૂતિ અને સજ્જતા વગેરે અનેક પરિબળોનું સામુહિક પરિણામ જ હોઈ શકે.

૨૦મી સદીના સંગીતજ્ઞ પંડિત વિષ્ણુ નારાયણ ભાતખંડેએ મત જાહેર કર્યો કે કોઈ એક રાગને એક રસ સાથે જોડી શકાય નહીં, માનવમનની અને સંગીત કળાની સૂક્ષ્મતાને જોવાની એ બહુ પ્રાથમિક દૃષ્ટિ છે. તેમણે સંગીતના સૂરોને જ નહીં, પણ એમાં લય, તાલ વગેરે અનેક પાસાઓને રસનિષ્પત્તિ સાથે સાંકળી લીધા.

રસ નિષ્પત્તિ સાથે સંકળાયેલું સંગીતનું એક મહત્ત્વનું અંગ તે રાગોનું સમયચક્ર. દિવસના અને રાત્રિના પ્રહારોમાં ગવાતા રાગોની વર્ગીકરણ પદ્ધતિ આપણી પરંપરામાં સ્વીકૃત છે. રાગોમાં પ્રયોજાતા સ્વરોમાંથી ખડા થતા વાતાવરણને અને દિવસ-રાત્રિના સમયચક્રના કોઈક અકળ સંબંધ સાથે રસ-સિદ્ધાંતને સંબંધ છે.

તે જ રીતે હિન્દુસ્તાની સંગીતમાં ઋતુઓના રાગો ગવાય છે. વસંત, બહાર, મલ્હાર જેવા રાગો વસંતઋતુ અને વર્ષાઋતુના રાગો છે. શાસ્ત્રીય સ્વરાયોજન અનુસાર કોઈ એક ઋતુના યોગ્ય વાતાવરણમાં, શ્રોતાઓની મનોભાવનાઓને સમજીને, કોઈ રાગ છેડવામાં આવે, તો રસની ઉત્પત્તિ જરૂર થાય છે.

તાનસેન, બૈજુ બાવરા, અને તાનારીરીની રાગ દીપક અને મલ્હારવાળી કથા સર્વવિદિત છે. જ્યારે રાગો કોઈ વાદ્ય ઉપર વગાડવામાં આવે ત્યારે, એમાં શબ્દો ન પ્રયોજાતા હોવા છતાં, માત્ર સ્વરો પણ રસોત્પત્તિ કરવાની ક્ષમતા ધરાવે છે.

સંગીત એ રંગમંચની કળા છે. તેથી રસનિષ્પત્તિના શાસ્ત્રોક્ત વિમર્શ કરતાં વ્યવહારમાં સંગીતકાર રસનિષ્પત્તિનું પોતાનું ધ્યેય કઈ રીતે સિદ્ધ કરે છે એ મહત્ત્વનું છે. સંગીતકાર પોતે, જે તે રસને તીવ્રપણે અનુભવે, કહો કે, એ રસમાં પોતે ખૂંપી જાય તો જ એના સ્વરો એ રસના વાહક બની એના ભાવકોને સ્પર્શશે.

આપણા સંગીતનો વારસો સદીઓથી ગુરુ-શિષ્ય પરંપરાની તાલીમ દ્વારા જળવાયો છે. બધી જ શાસ્ત્રીય નિપુણતા પ્રાપ્ત કરીને સાધનારત શિષ્ય જ્યારે ગુરુના આશિષ મેળવે, ત્યારે સાચા અર્થમાં ગુરુનું જ્ઞાન સંપાદન કરવાનો એ અધિકારી બને છે અને ત્યારે એ સંગીતની દિવ્ય અનુભૂતિ કરી શકે છે.

સૌંદર્યની ચરમ સીમાના આકાશને આંબવા મથતા કલાકારે સતત શાસ્ત્રોક્ત નિયમ અને તાલીમની ધરતી ઉપર સ્થિર રહેવાનું છે.

Music, when soft voices die, vibrates in the memory.

ગાયન,વાદન અને નૃત્યના સમન્વયને સંગીત કહે છે.આ ત્રણેય કલા એકબીજાની પુરક છે.માત્ર ગાયન સાંભળો તો સૂર અને શબ્દ હશે ભલે પણ જો એમાં હાર્મોનિયમ અને તબલાંની સંગત હશે તો સોનામાં સુગંધ ભળે.તે જ રીતે નૃત્યની મુદ્રાઓ એમ ને એમ થાય અને તેણે પણ વાજીંત્રો અને ગાયન નો સાથ મળે તો એમાં ચર ચંદ લગી જય.આથી એક કલા વિના બીજી કલા અધૂરી ગણાય.

સ્વરોના ચડતા ક્રમ ને આરોહ કહે છે.દા.ત:

સાં

ની

ધ

પ

મ

ગ

રે

સા

સ્વરોના ઉતરતા ક્રમ ને અવરોહ કહે છે.દા.ત:

સાં

ની

ધ

પ

મ

ગ

રે

સા

તાલ એટલે ગીત ની ગતિ માપવાના સાધન ને તાલ કહે છે.લય એટલે તાલ ની ગતિ (speed),હવે આ લયના કુલ ૩ પ્રકાર છે:- વિલંબિત લય,મધ્ય લય અને,(મધ્યમ ગતિ)-દ્રુત લય.(ઝડપી ગતિ). સમ:અને ખાલી:

૧.સમ:- તાલની પહેલી માત્રા ને સમ કહે છે,અને તે બતાવતું ચિહ્ન,(×)હોય છે.

૨.ખાલી:- તાલમાં આવતી સમ પછીની બીજિ મહત્વની માત્રાને ખાલી કહે છે જેમાં,તાલી આપવાની હોતી નાથ.અને તેનું ચિહ્ન,(0) છે.ઓછામાં ઓછા સ્વરોના ઉપયોગ થી જ રાગનું સ્વરૂપ બતાવે છે તેવા સ્વર-સમૂહ ને પકડ કહે છે.

શુદ્ધ સ્વર કેટલા છે સા,રે,ગ,મ,પ,ધ,ની.

સા-ષડજ,

રે- રિષભ,

ગ-ગંધાર,

મ-મધ્યમ,

પ- પંચમ,

ધ-ધૈવત,

ની-નિષાદ.

વિશિષ્ટ અને અનુક્રમ વાળી સ્વર-રચના છે તેને અલંકાર અથવા પલટા કહે છે.જે મન નું રંજન કરે છે એટલે કે જે મન ને આનંદ આપે તેવી આરોહ અને અવરોહ વાળી અને વાદી-સંવાદી સહિતની નિયમબદ્ધ રચનાને રાગ કહે છે.

રાગ – કાફી.(સંગીત -પ્રારંભિક-પ્રથમ વર્ષનો અંતિમ રાગ)

આરોહ; સા રે ગ મ પ ધ ની સાં

અવરોહ; સાં ની ધ પ મ ગ રે સા.

પકડ; ની ધ પ ,મ પ ગ રે, સાસા ,રેરે,ગગ ,મમ ,પ.

થાટ: કાફી.

જાતી: સંપૂર્ણ. (સંપૂર્ણ એટલે,આ રાગ માં સાતે સૂર લાગે છે.)

વાદી : પ. (પંચમ)

સંવાદી : રે. (રિષભ)

વર્જિત : એક પણ સ્વર આમાં વર્જિત નથી.(બધાં જ સ્વર આ રાગમાં લેવાય છે.)

સ્વર : ગ અને ની કોમળ છે.

ગાયન સમય :રાત્રી નો બીજો પ્રહર.

સ્વર – માલિકા.(રાગ – કાફી) (તાલ – તીન તાલ – માત્રા – ૧૬.)

× ૨ ૦ ૩

[સા ગ રે ગ] [ગ મ પ મ]

૧ ૨ ૩ ૪ ૫ ૬ ૭ ૮

[પ પ પ મ] [ગ ગ રે સા] [સા ગ રે ગ] [ગ મ પ મ]

૯ ૧૦ ૧૧ ૧૨ ૧૩ ૧૪ ૧૫ ૧૬ ૧ ૨ ૩ ૪ ૫ ૬ ૭ ૮

[પ પ પ મ] [પ ધ ની સાં] [ની ધ પ મ] [ગ ગ રે રે]

૯ ૧૦ ૧૧ ૧૨ ૧૩ ૧૪ ૧૫ ૧૬ ૧ ૨ ૩ ૪ ૫ ૬ ૭ ૮

[રે પ મ પ] [મ ગ રે સા]

૯ ૧૦ ૧૧ ૧૨ ૧૩ ૧૪ ૧૫ ૧૬

અંતરા.(રાગ – કાફી)

× ૨ ૦ ૩

[ધ મ પ ધ] [ની ની સાં સાં]

૯ ૧૦ ૧૧ ૧૨ ૧૩ ૧૪ ૧૫ ૧૬.

[રેં ગં રેં મં] [ગં રેં સાં સાં] [સાં રે સાં ની] [ધ પ મ પ]

૧ ૨ ૩ ૪ ૫ ૬ ૭ ૮ ૯ ૧૦ ૧૧ ૧૨ ૧૩ ૧૪ ૧૫ ૧૬.

[સાં ની ધ પ] [મ ગ રે સા]

૧ ૨ ૩ ૪ ૫ ૬ ૭ ૮

રાગ – સારંગ (સંગીત-પ્રારંભિક નો રાગ-૩)

રાગ સારંગ નો રાગ પરિચય

આરોહ – સા રે મ પ ની સાં

અવરોહ- સાં ની પ મ રે સા

પકડ – ની ની પમ રે,રે મ પ મ રે,ની૦ ની૦ સા

થાટ – કાફી.

જાતી – ઓડવ – ઓડવ(એટલે કે આરોહ અને અવરોહ બંનેમાં પાંચ સ્વર લાગે)

વાદી સ્વર- રે (એટલે કે,રાગનો મુખ્ય સ્વર)

સંવાદી સ્વર – પ (એટલેકે,રાગનો બીજો મદદકર્તા સ્વર)

વર્જિત સ્વર – ગ – ધ.(એટલે કે, રાગમાં ન આવતા સ્વર)

સ્વર – બંને ની અને ની (આરાગમાં કોમળ અને શુદ્ધ બંને ની 'નીશાદ' લાગે છે)

ગાન સમય – મધ્યાહ્ન (દિવસનો બીજો પ્રહર)

રાગ ની પ્રકૃતિ – શાંત અને ગંભીર.

રાગ સારંગ ના પ્રકારો માં – શુદ્ધ સારંગ,બીન્દ્રાબની સારંગ,ગૌડ સારંગ,મધમાત સારંગ.

રાગ – સારંગ સ્વર -માલિકા તાલ – તીન તાલ (માત્રા – ૧૬)

સ્થાયી

× ૨ ૦ ૩

[રે મ પ ની] [પ મ રે સા]

[રે રે સા સા] [રે ની૦ સા સા] [ની૦ ની૦ ની૦ સા] [સા સા સા સા]

[રે મ પ ની] [પ મ પ પ] [ની ની ની ની] [સાં સાં સાં સાં]

[ની પ મ રે] [મ રે સા સા]

અંતરા

× ૨ ૦ ૩

[મ મ મ મ] [પ પ ની ની]

[સાં સાં સાં સાં] [રેં ની સાં સાં] [ની સાં રેં મં] [રેં સાં ની સાં]

[રેં રેં સાં સાં] [ની ની પ પ] [પ સાં ની સાં] [સાં સાં પ ની]

[પ ની ની ની] [પ મ રે સા]

બંદિશ – રાગ – સારંગ. સ્થાયી

× ૨ ૦ ૩

[સાં સાં ની પમ] [રે રે ની૦ સા]

[શ્યા – મ ચ-] [રા – વ ત]

[રે રે સા મ] [રે મ પ ની મપ] [ની ની ની સા] [સા સા ની સા]

[ગૈ – ચા બ] [ન હી બ- ન-] [સુ ભ ગ અં] [– ગ સુ ષ]

[રે મ પ પ] [ની મ પ પ] [ની ની ની ની] [સાં સાં સાં સાં]

[મા – કો –] [સા – ગ ર] [ક ર બી ચ] [લ કુ ટ ધ]

[સાં રે સાં ની પ મ] [રે મ પ ની મપ]

[રૈ- – – ચા બ] [ન હી બ- ન-]

અંતરા.

× ૨ ૦ ૨

[મ મ મ મ] [પ પ ની ની]

[મો – ર મૂ] [ક઼ુ ટ પી –]

[સાં સાં સાં સાં] [રેં ની સાં સાં] [ની સાં રેં મં] [રેં રેં સાં સાં]

[તાં – બ ર] [સો – હે –] [કા – ન ન] [કું – ડ લ]

[ની ની સાં સાં] [ની ની મ પ] [ની ની ની ની] [સાં સાં સાં સાં]

[ગ લ બ ન] [મા – – લ] [મુ ર લી કી] [ધુ ન હૈ બ]

[સાં રેં સાં ની પ મ] [રે મ પ ની મપ]

[જૈ- – – ચા બ] [ન હી બ- ન –]

સંગીતકાર શ્રી નૌશાદજી એ આ રાગમાં ઘણા ગીતો ફિલ્માવ્યા છે. જે સ્વરો લાલ અક્ષરમાં ભેગા લખ્યા છે તે ભેગા ગાવાના છે.

અલંકાર સોના,ચાંદી કે મોતીના અલંકાર જેમ આપણા શરીરની શોભા છે તેમ જ ગાયન ના અલંકાર આપણા ગળાને શણગારે છે.માટે રોજ આ શણગાર કરવો જ જોઈએ.માટે ગાઓ, અને ગળાને તૈયાર કરો. આ બંને અલંકારો તાલ ની માહિતી સાથે જ આપેલા છે.જેમાં તાલ – ઝપતાલ અને તાલ – કહેરવા માં ગાવા.

૬. આરોહ

તાલ – ઝપતાલ

માત્રા – ૧૦

તાલી – પહેલી માત્રા પર,

ખાલી – ૬ ઠ્ઠી માત્રા પર.

બોલ – [ધીં ના] [ધીં ધીં ના] [તીં ના] [ધીં ધીં ના]

માત્રા -[૧ ૨] [૩ ૪ ૫] [૬ ૭] [૮ ૯ ૧૦]

× ૨ ૦ ૩

[સા રે] [સા રે ગ] [રે ગ] [રે ગ મ]

[ગ મ] [ગ મ પ] [મ પ] [મ પ ધ]

[પ ધ] [પ ધ ની] [ધ ની] [ધ ની સાં]

અવરોહ

[સાં ની] [સાં ની ધ] [ની ધ] [ની ધ પ]

[ધ પ] [ધ પ મ] [પ મ] [પ મ ગ]

[મ ગ] [મ ગ રે] [ગ રે] [ગ રે સા]

૭.

તાલ – કહેરવા

માત્રા – ૮

તાલી – પહેલી માત્રા પર,(૧)

ખાલી – પાંચમી માત્રા પર.(૫)

× ૫

બોલ – [ધા ગે ના તી] [ન ક ધી ન]

માત્રા -[૧ ૨ ૩ ૪] [૫ ૬ ૭ ૮]

ચિહ્ન – × ૦

આરોહ-[સા રે ગ મ] [રે ગ મ પ]

(૧ ૨ ૩ ૪) (૫ ૬ ૭ ૮)

× ૦

[ગ મ પ ધ] [મ પ ધ ની]

(૧ ૨ ૩ ૪) (૫ ૬ ૭ ૮)

×

[પ ધ ની સાં]

(૧ ૨ ૩ ૪)

૦ ×

અવરોહ-[સાં ની ધ પ] [ની ધ પ મ]

(૫ ૬ ૭ ૮) (૧ ૨ ૩ ૪)

૦ ×

[ધ પ મ ગ] [પ મ ગ રે]

(૫ ૬ ૭ ૮)(૧ ૨ ૩ ૪)

૦

[મ ગ રે સા]

(૫ ૬ ૭ ૮)

રાગ – ભુપાલી. – (બંદિશ)

રાગ – ભુપાલી (બંદિશ) સ્થાયી – (તીન તાલ)

× ૨ ૦ ૩

[૧ ૨ ૩ ૪] [૫ ૬ ૭ ૮] [૯ ૧૦ ૧૧ ૧૨] [૧૩ ૧૪ ૧૫ ૧૬]

[સાં સાં ધ પ] [ગ રે સા રે]

[૧ ૨ ૩ ૪] [૫ ૬ ૭ ૮] [ન મ ન ક] [ર ચ તુ ર]

[ધ્ ધ્ સા રે] [ગ રે ગ ગ] [ગ ગ પ ધ] [સાં ધ સાં સાં]

[શ્રી – ગુ રૂ] [ચ ર ણા –] [ત ન મ ન] [નિ ર મ લ]

[સાં પ ધ પ] [ગ રે સા સા]

[ક ર ભ વ] [ત ર ણા –]

અંતરા

× ૨ ૦ ૩

[૧ ૨ ૩ ૪] [૫ ૬ ૭ ૮] [૯ ૧૦ ૧૧ ૧૨] [૧૩ ૧૪ ૧૫ ૧૬]

[ગ ગ પ ધ] [સાં ધ સાં સાં]

[જો – કોઈ] [સુ મી ર ન]

[સાં સાં સાં સાં] [સાં રે સાં સાં] [સાં સાં ગં રેં] [સાં સાં પ ધ]

[શુ ભ ફ લ] [પા – વ ત] [જ ન મ જ] [ન મ દ ખ]

[સાં પ ધ પ] [ગ રે સા સા]

[સ બ નિ –] [સ્ત ર ણા –]

શાસ્ત્રીય રાગો – (રાગ ભૂપાલી)

રાગ ભુપાલી નો રાગ પરિચય.

આરોહ : સા રે ગ પ ધ સાં

અવરોહ : સાં ધ પ ગ રે સા

પકડ : ગપધપગ, પ ગ ધ પ ગ ,રે ધ્ સા

થાટ : કલ્યાણ

જાતિ : ઓડવ-ઓડવ = આગળ સમજાવ્યું છે તેમ ઓડવ જાતિનો રાગ એટલે જેમાં આરોહ અને અવરોહ બંનેમાં પાંચ સ્વરો લાગે તેને ઓડવ જાતિનો રાગ કહેવાય છે.

વાદી સ્વર : ગ (ગાંધાર)

અને સંવાદી સ્વર : ધ (ધૈવત)

વર્જિત સ્વર : મ અને ની (મધ્યમ અને નિષાદ) = વર્જિત એટલે રાગમાં ન લેવાતા સ્વરો..

સ્વર : બધાં શુદ્ધ .= એટલે કે આ રાગમાં કોઈ સ્વર કોમળ કે તીવ્ર નથી.બધાં સ્વરો શુદ્ધ જ લાગે છે.

ગાન સમય : આ રાગને ગાવાનો સમય રાત્રીનો પ્રથમ પ્રહર છે.

હવે આપણે રાગ = ભુપાલી ની સ્વર – માલિકા જોઈશું.

સ્વર – માલિકા તાલ – તીન તાલ

× ૨ ૦ ૩

[૧ ૨ ૩ ૪] [૫ ૬ ૭ ૮] [૯ ૧૦ ૧૧ ૧૨] [૧૩ ૧૪ ૧૫ ૧૬]

[ગ ગ ગ ગ] [ગ પ ધ પ] [ગ રે સા રે] [સા ધ્ ધ્ પ્]

[પ પ પ પ] [ધ પ ધ પ] [ગપ ગરે સા ગ] [રે સા ધ્ પ્]

ઉપર જે સ્વરો લાલ અક્ષર થી બતાવ્યા છે તે એક સાથે ગાવાના છે.

અંતરા

× ૨ ૦ ૩

[ગ પ ધ પ] [સાં સાં સાં સાં] [સાં રેં ગં રેં] [સાં ધ પ પ]

૧ ૨ ૩ ૪ ૫ ૬ ૭ ૮ ૯ ૧૦ ૧૧ ૧૨ ૧૩ ૧૪ ૧૫ ૧૬

[ગં રેં સાં રેં] [સાં ધ પ ધપ] [સાંસાં ધપ ગરે ગ] [રે સા ધ્ પ્]

બસ તો આજે વાંચો , લખો, વિચારો ,ગાઓ અને કાલે રીયાઝ કરો..આવતા વીકમાં બંદિશ અને ગીત લઈને મળીશ

ત્યાં સુધી " સ્વર – વિહાર " કરો.

તાલ- પરિચય (દાદરા અને ત્રિતાલ)

૧ – દાદરા, અને

૨- ત્રિતાલ

તાલ દાદરા

માત્રા- ૬ (six)

તાલી -૧લી માત્રાં ઉપર અને ,

ખાલી -૪ થી માત્રા ઉપર.

તાલ દાદરા ના બોલ :

× °

I ધા ધીં ના I [ધા તું ના I

[૧ ૨ ૩] [૪ ૫ ૬]

તાલ – ત્રિતાલ

માત્રા – ૧૬ (16)

તાલી – ૧ લી માત્રા ઉપર અને,

ખાલી – ૯ મી માત્રા ઉપર.

તાલ ત્રિતાલ ના બોલ.:

× ૨ ° ૩

[ના ધીં ધીં ના] [ના ધીં ધીં ના] [ના તિં તિં ના] [તા ધીં ધીં ના]

I ૧ ૨ ૩ ૪ II ૫ ૬ ૭ ૮ II ૯ ૧૦ ૧૧ ૧૨ II ૧૩ ૧૪ ૧૫ ૧૬I

નીચેથી ઉપર તરફ જવાની ક્રિયાને આરોહ કહે છે.અને,

ઉપરથી નીચે ઉતારવાની ક્રિયાને અવરોહ કહે છે.

૧

આરોહ- સા પ સાં

અવરોહ -સાં પ સા

૨

આરોહ- સા ર ગ મ પ ધ ની સાં.

અવરોહ- સાં ની ધ પ મ ગ રે સા.

૩.

આરોહ- સારેગ રેગમ ગમપ મપધ પધની ધનીસાં,

અવરોહ- સાંનિધ નીધપ ધપમ પમગ મગરે ગરેસા.

૪.

આરોહ- સાસા રેરે ગગ મમ પપ ધધ નીની સાંસાં,

અવરોહ- સાંસાં નીની ધધ પપ મમ ગગ રેરે સાસા.

૫.

આરોહ – સારેગગ રેગમમ ગમપપ મપધધ પધનીની ધનીસાંસાં,

અવરોહ- સાંનીધધ નીધપપ ધપમમ પમગગ મગરેરે ગરેસાસા.

આજે આટલું જ કારણકે આ પાંચ બેઝીક અલંકાર છે.તેને વારંવાર ગાવાથી ગળામાં સ્વરો સેટ થાય છે અને પછી જ રાગ શીખાય છે.

ખયાલ કરતાં હવે સોહનીની હવા વધુ ઘટ્ટ થઇ ગઇ કારણ કે હવે એમાં સોહનીના સ્વરો ઉપરાંત શબ્દોનું સૌંદર્ય વધારતા અન્ય સ્વરો પણ ભળ્યા છે. સ્વાદિષ્ટ મસાલેદાર વાનગી જેવો ઘાટ થયો છે.

શાસ્ત્રીય સંગીતની બેઠકમાં કલાકાર જે રાગમાં ખયાલ કે ધ્રુપદ રજૂ કરે ત્યારે સંબંધિત રાગને લગતા સંગીતના વ્યાકરણના તમામ નિયમો કલાકાર માટે બંધનકર્તા બની રહે છે. પરંતુ યોગાનુયોગે એ જ રાગમાં ત્યારબાદ ઠુમરી, ભજન કે ગઝલ રજૂ કરે ત્યારે એ બંધન આપોઆપ છૂટી જાય છે.

ઠુમરી, દાદરા, ભજન, ગઝલ, વગેરે ગાયન-પ્રકારોને એટલે જ પંડિતો 'ઉપશાસ્ત્રીય ગાયન પ્રકાર' તરીકે ઓળખાવે છે. ફિલ્મ સંગીત આ પ્રકારના ગાયન પ્રકારમાં આવે છે. કોઇ પણ ફિલ્મ સંગીતકાર મનગમતા રાગનો આધાર લઇને કોઇ ગીતની તર્જ એ રાગમાં બાંધે ત્યારે સંગીતના જાણકારો ઉપરાંત કોમન મેનને નજર સામે રાખીને તર્જ બનાવે છે. ફિલ્મ સંગીત કોમન મેન માટે તૈયાર થાય છે, પંડિતો માટે નહીં.

આજે કોન્સર્ટને સંગીત નહીં જાણનારા હજારો કોમન મેન પણ માણી શકે છે. એનો યશ ફિલ્મ સંગીતને જાય છે. રંજયતિ ઇતિ રાગ એવી શાસ્ત્ર-વ્યાખ્યાને સ્વીકારીને આંગળીને વેઢે ગણાય એટલા રાગોમાં હજારો ફિલ્મ ગીતો આવ્યા એટલે કોમન મેન પણ કેટલાક રાગોને ઓળખતો અને માણતો થયો.

ઉસ્તાદ અમીર ખાન જેવા કલાકારોએ તો એટલે જ ફિલ્મ સંગીતકારોને મુક્ત કંઠે બિરદાવ્યા હતા. એમણે એટલી હદે કહ્યું હતું કે વરસોના રિયાઝ પછી પણ અમે કેટલીકવાર જે તે રાગની હવા એકાદ કલાક પછી પણ બાંધી શકતા નથી. એ કામ ફિલ્મ સંગીતકારો માત્ર અઢી-ત્રણ મિનિટમાં કરી દેખાડે છે. એ સર્જનકલા પર હું ઓવારી જાઉં છું.

૧૯૩૧માં પહેલી બોલતી ફિલ્મ આવી ત્યારથી શરૂ કરીને ૨૦૨૧-૨૨માં ફિલ્મ આવી ત્યાં સુધીમાં શાસ્ત્રીય રાગ-રાગિણી આધારિત ચૌદ હજારથી વધારે ગીતો આપણને મળ્યાં છે.

શ્રોતાઓમાં સંગીતની સમજણ ઓછી થતી જાય છે, ઝડપી કારમાં દોડતી હોય છે, દોડતી લયમાંથી દોડતી હોય છે, ગીતો ચલાવતા હોય છે,

જેમાં યોગ્ય કવિતાઓ નથી હોતી, ન તો ગાવામાં આવે છે, કોઇ ચીસો પાડી રહ્યું છે, કેટલાક નાકમાં ગાતા હોય છે , કેટલાક ગાતા હોય છે આપણે રડીએ છીએ,

આપણે ત્યાં શાસ્ત્રોમાં કહ્યું છે કે, જેના જીવનમાં સાહિત્ય-સંગીત-કલા નથી એનું જીવન પશુતુલ્ય છે. એ મનુષ્ય જ નથી..! મનુષ્યત્વ એ સાહિત્ય, સંગીત અને કલાથી જ નિર્માણ પામે છે.

તો શ્લોક છે સાહિત્તિય સંગીત કલા વિહીન શાક્ષાત પશુપુચ્છ વિષાણહિન ।

વળી ગીતાજીના દસમાં અધ્યાયમાં પણ સંગીતનું મહત્વ છે. તો આજે એક પ્રશ્ન થાય કે, આ દસમાં અધ્યાયમાં સંગીતનું મહત્વ છે તો એ કેવી રીતે?

તો શ્રી કૃષ્ણ ભગવાને પોતાની વિભૂતિમાં એમ કહ્યું છે કે 'વેદના સામવેદોસ્ય' વેદોમાં સામવેદ હું છું. તો પછી ભગવાને યજુર્વેદ કેમ ના કહ્યો? અથર્વવેદ કેમ ના કહ્યો? અને સામવેદ જ કેમ કીધો ..!? તો સામવેદ એ આખો સંગીતમય વેદ છે.

તો શ્રી કૃષ્ણ ભગવાન કહેવા માંગે છે કે, 'જેના જીવનમાં સંગીત છે, જેના જીવનમાં પ્રસન્નતા છે એ પ્રસન્નતા મને પ્રિય છે.' સંગીત એટલે પ્રસન્નતા એવો એનો અર્થ પણ થઇ શકે.

તો વળી દેવી ભાગવતમાં પણ સંગીતનું મહત્વ છે. દેવી ભાગવતના છઠ્ઠા સ્કંધમાં સંગીતનું મહત્વ આ રીતનું વર્ણવ્યું છે. 'યથાનયતી કૈલાસમ્ ગંગા ચૈવ સરસ્વતી, તથા નયતી કૈલાસમ, સ્વરજ્ઞાન વિશિરદ્ ।'

જેવી રીતે ગંગાજીમાં જીવ સ્નાન કરે તો જીવને શિવલોકની પ્રાપ્તિ થાય. તો ગંગાજીના સ્નાનથી જીવને શિવલોક પ્રાપ્ત થાય એવી રીતે સંગીતરૂપી ગંગામાં જીવ સ્નાન કરે તો જીવને શિવલોક પ્રાપ્ત થાય છે.

આપણે ત્યાં રાગોની દ્રષ્ટિએ પણ જોઈએ તો દેવી-દેવતાના નામે ઘણા બધા રાગો છે. જેવી રીતે માતાજીના નામ ઉપરથી 'દુર્ગા રાગ' છે. પછી આપણે ત્યાં દસ મહાવિદ્યાઓનું જે માતાજીનું સ્વરૂપ છે એમાં 'ભૈરવી.' તો માતાજીનું એક નામ 'ભૈરવી' પણ છે. માતાજીના નામ પરથી સંગીતમાં 'ભૈરવી રાગ' છે.

તો કોઈપણ સંગીતનો જ્યારે કાર્યક્રમ થાય ત્યારે એનો આરંભ કલ્યાણ શબ્દથી કલ્યાણ રાગથી થાય અને અંત ભૈરવી રાગથી થાય. તો ભૈરવી એ માતાજીનું સ્વરૂપ છે.

વળી 'માલકૌંશ' એ મહાદેવજીને અત્યંત પ્રિય રાગ છે. એવું કહેવાય છે કે 'માલકૌંશ' અને 'શિવરંજિની' આ બંને રાગો શિવજીને પ્રિય છે અને આ બંને રાગો જો વ્યવસ્થિત રીતે સ્વરબદ્ધ રીતે ગાવામાં આવે તો પથ્થરો પણ પીગળે છે. પથ્થરોને પિગળાવવાની ક્ષમતા શક્તિ આ બે રાગોમાં છે.

પછી જેવી રીતે માતાજીના દસ અવતાર થયા, દસ મહાવિદ્યાઓનું પ્રાગટ્ય થયું એવી રીતે મહાદેવજીના પણ દસ સ્વરૂપોનું વર્ણન શિવ મહાપુરાણમાં વર્ણવેલું છે. તો એ દસ સ્વરૂપોમાં મહાદેવજીનું એક સ્વરૂપ છે.

'ભૈરવ.' તો ભૈરવ આ સ્વરૂપ પરથી રાગનું નિર્માણ થયું 'ભૈરવ રાગ.' તો આવી રીતે દેવી - દેવતાઓના નામે પણ ઘણા બધા રાગો નિર્માણ પામ્યા છે.

જેવી રીતે સંગીતમાં 'ભોપાલી' રાગ છે. તો ભોપાલી રાગ એ દેવરાજ ઈન્દ્રને ખુબ પ્રિય છે અને ભોપાલી રાગ વિષે આપણે વિચારીએ તો 'ભૂપ-રૂપ-ગંભીર-શાંત રસ.' તો આવી રીતે રસનું નિરૂપણ પણ આ રાગોમાં છે.

આમ તો દરેક રાગોમાં રસનું નિરૂપણ છે. ભોપાલી તો મેં એક ઉદાહરણ આપ્યું. આવી રીતે સંગીતમાં ઘણાબધા રાગો એ દેવી-દેવતાના નામે છે.

'શ્રી યાજ્ઞાવલ્ક્યસ્મૃતિ'માં એવું નિરૂપણ છે કે માણસે મોક્ષ જોઈતો હોય તો શું કરવાનું ? તો કહે છે કે વીણા-વાદનથી મોક્ષ થાય છે. એટલે વીણા વગાડવાની. કદાચ વીણા વગાડી ના શકીએ તો વીણા શ્રવણથી પણ મનુષ્યની મુક્તિ થાય છે.

હવે ગીત-સંગીતની જે વિદ્યા છે એ બે દેવતાઓ પાસે છે. બે જ દેવતા ગીત-સંગીતની વિદ્યાને જાણે છે. તો એ બે દેવતાઓ કોણ છે? એક તો 'દેવર્ષી નારદ' છે અને બીજા 'મહાદેવજી' છે. આ બન્ને દેવો પાસે જ સંગીતવિદ્યા છે.

શ્રી નારદજી અને મહાદેવજી સંગીતના જ્ઞાતા છે. મહાદેવજીએ ડમરુ વગાડ્યું તો મહાદેવજીના ડમરુ નાદમાંથી સૂત્રો પ્રગટ થયા. એટલે સંગીતમાંથી સંસ્કૃતનો ઉદ્ભવ થયો એમ કહીએ તો પણ ચાલે. તો આવી રીતે જે સંગીતની વિદ્યા છે એ આદિ-અનાદિ કાળથી ચાલી આવે છે.

કથામાં પણ બે પધ્ધતિ છે. એક નારદ પધ્ધતિ અને બીજી વ્યાસ પધ્ધતિ. વ્યાસ પધ્ધતિમાં ખાલી વક્તવ્ય થાય અને નારદ પધ્ધતિમાં ગવાય. તો ભગવાનને જ્ઞાન પણ પ્રિય છે અને ગાનનો એક અર્થ કરો તો પ્રસન્નતા પણ ભગવાનને પ્રિય છે; કે જે જીવનમાં હસતો રહે, જીવનમાં પ્રસન્ન રહે, જેના જીવનમાં સંગીત હોય એ મને પ્રાપ્ત કરે છે.

આ પુસ્તક માં મેં બ્લોગ , વેબસાઈટ, ઈન્ટરનેટ અને વિકિપીડિયા ,ગુજરાતી વિશ્વ કોષ, વિવિધ અખબારી અહેવાલ માંથી સંગીત વિષય ઉપર માત્ર માહિતી આપી છે .આ પુસ્તક માટે મેં વિવિધ લેખ આધારિત માહિતી વિકિપીડિયા ,લેખ ને લાગતા આવેલા વિવિધ અખબારી અહેવાલ અને જે તે લેખક ના લેખ ના સંદર્ભો નો સહારો લીધો છે તે સૌ નો હું આભાર માનું છું .